கதையல்ல காதல்

காதலுக்கு ஒரு கவிதை

சூரியபுத்திரன்

சமர்ப்பணம்

ஊன் தந்து, உயிர் தந்து, உலவும்

உடல்தந்து, தேன்தந்து, திகட்டாத

தித்திக்கும் தமிழ் தந்து வான் தரும்

மழைபோலளதையும் எதிரே பார்க்காது

எனக்கு எல்லாம் தந்து, என்னை

பெற்றெடுத்த பெற்றோருக்கு!

இந்த புத்தகம் சமர்ப்பணம்!

பொருளடக்கம்

அணிந்துரை

காதல் ஒரு பார்வை

ஒவ்வொருவரும் காதலை ஒவ்வொரு விதமாகப் பாடியிருக்கி-றார்கள்;.காதல் கனவுகளிலும், நினைவுகளிலும் மனது மயங்குகி-றது. சுவையானது. சுமையாகத் தோன்றினாலும் அது சுகமானது. அது கோழையை வீரனாக்கும். வீரனை சாதுவாக்கும். ஆண்டியை அரசனாக்கும், அரசனை அடிமையாக்கும். காதலால் வாழ்வில் ஏற்-றங்களும் ஏற்படலாம். ஏமாற்றங்களும் ஏற்படலாம். எனினும் காதல் அற்புதமானது. அது எல்லோருக்கும் வாய்ப்பதில்லை.

மனிதர்களுக்கு மட்டுமல்ல. அனைத்து ஜீவராசிகளுக்கும் காதல். உணர்வுகள் இருக்கின்றன. சிலவகைப் பறவைகளையும் விலங்குக-ளையும் உற்று கவனித்தால் தெரியும். அவை காதலுற்றுக் கூடிக் கலந்து இனவிருத்தி செய்கின்றன. அவ்வளவுதான். ஆனால் மனித சமூகத்தில் காதல் என்பது எத்தனையோ விஷயங்களை நிகழ்த்து-கிறது. ஒருவன் ஒரு பெண்ணைக் காதலிக்கத் தொடங்கிவிட்டால், அவனுடைய பேச்சில் நடை, உடை, பாவனையில் மெருகேறிவிடு-கின்றது. தனித்திறமைகளை வெளிப்படுத்துவதற்கு வேகம் பிறக்கிறது. புதிய உற்சாகமும் உத்வேகமும் வாழ்க்கையை விறுவிறுப்பாக்கிவிடு-கின்றன.

தனிமனித வளர்ச்சி, சாதனைகள், ஒட்டுமொத்த உலக முன்-னேற்றம் அனைத்திற்கும் காதல்தானே மையப்புள்ளியாக இருக்கிறது. காதல் என்பதை உடல் சார்ந்ததாக மட்டுமே பார்க்கிற கண்ணுக்கும், நெஞ்சுக்கும் அதன் உள்ளார்ந்த அழகும் அர்த்தமும் புலப்படுவ-தில்லை. உடல்கடந்து உள்ளத்திற்குள் புகுந்து காதலைக் கொண்-டாடுவோரின் வாழ்வில் இறுதி மூச்சுவரை இன்பத்திற்குப் பஞ்ச-மில்லை.காதல் என்பது கண்களின் தேடல் அல்ல; உள்ளத்தின் தேடல், உயிரின் தேடல்.

முன்னுரை

முன்னுரை

கதையல்ல காதல் என்கிற 'புதுக்கவிதை' என் எண்ணத்தில் தோன்றியவைகளை ,கண்டவையகளை , கேட்டவைகளை, படித்த- வைகளை, எதெல்லாம் எண்ணத்தில் அழுத்தமாக, ஆழமாக பதிந்து மகிழ்ந்தது, பார்த்து வருந்தியது , மனம் சஞ்சலப்பட்டதுமாற்றம் தேடியே மாற்ற முடியாது என தெரிந்தும் மாற்றிடமுடியுமா என்கிற ஒரு கற்பனை எண்ணத்தோடு எழுதிய கவிதைகளின் தொகுப்புக்- களை தொகுத்து இந்த புத்தகத்தில் எழுதியுள்ளேன்.

தமிழின் சுவையும் , இன்பமும் கூடிய இனிமையை உங்களுக்கு தருவதற்கு மிகவும் முயற்சி செய்துள்ளேன் , அதைபருகுவதோடு எழுத்தில் குற்றமும் , பொருளில் குற்றமும் எது இருந்தாலும் எதற்- கும் தயங்காமல் எடுத்து கூறினால் . நான் எழுதிய இந்த கவிதை தொகுப்புகள் நாம் எழுதிய தொகுப்புகளாக மாறிவிடும் , என் தவறு- களை திருத்திக் கொள்ள ஒரு சந்தர்ப்பமாகவும் உங்களுடைய ஊக்- கம் எனக்கு மேலும் பல புத்தகங்களை எழுத ஊக்கமாக அமையும் என்பதில் எந்தவித சந்தேகமும் இல்லை .!

என்றும்அன்புடன்
கவிஞர் சூரியபுத்திரன்

நன்றி

நன்றி

இந்த **கதையல்ல காதல்** காதலுக்கு ஒரு கவிதை என்கிற கவிதை தொகுப்பு நான் கண்டுரசித்தவைகளை கவிதைகளாய் வடித்து வண்ணத்தில் அச்சிட வாய்ப்பு தந்த NOTION PRESSநிறுவனத்திற்கும், எனக்கு கவிதை எழுத கருவாய் இருந்தவர்களுக்கும் எனக்கு உறுதுணையாய் இருந்த என் குடும்பத்தினருக்கும் என் மனமார்ந்த நன்றிகளை தெரிவித்துக்கொள்கிறேன்

அன்புடன்
சூரியபுத்திரன்

முகவுரை

எல்லா கவிதைகளும்

காவியம் ஆவதில்லை

காவியங்கள் எல்லாம்

கவிதையாய் வருவதில்லை

எழுதிய வரிகள் எல்லாம்

கவிதைகள் அல்ல

அது எந்தன்

வலிகள்

குலதெய்வ வாழ்த்து

குலதெய்வ வாழ்த்து

அந்தமுமாகி ,ஆதியுமாகி, இன்பமுமான ஈசனுமாகி

உடலாகி ஊனாகி ,என்னுயிராகி ஏகாந்தமாகி

ஐம்புலனாகி , ஐம்பூதமாகி, ஒலியாகி ஓங்காரமாகி

சிவமதமாகி , வன்னிய குலமானவனே!

ஓளதமாகி , அஃகெனும் ஆயுதெழுத்தாகி அகிலமாகி

கருவாகி, உருவாகி, உயிராகி,ஊனாகி,

உடம்பாகி, உனதாகி , எனதாகி உள்ளமாகி,

அக்கினியில் பிரவேசமான ஆண்டவனே !

மரமாகி , செடியாகி , மலராகி , தேனாகி

மலையாகி , கடலாகி , மீனாகி, பாம்பாகி,

இசையாகி , நாதமாகி , தாளமாகி , ஓசையாகி,

ஐம்புமகரிஷியாகி கோத்திரமாகிய ஆண்டவனே !

ஒளியாகி ,வளியாகி, வலியாகி, நிழலாகி ,

உயர்வாகி , உன்னதமாகி , எழுத்தாகி எங்கள்

குல தெய்வமான பால் முனிஸ்வராகிய

எந்தையே எனக்கருள் புரிந்திடுவாயே !

தமிழ் வாழ்த்து

தமிழ் வாழ்த்து

ஆதிசிவனோ அடியெடுத்து கொடுக்க
முச்சங்கம் வளர்ந்த மூத்த செந்தமிழே!
அகிலமெல்லாம் போற்றும் செந்தமிழே!
எட்டுத்தொகையும் பத்துப்பாட்டும்
எழிலான மேல்கணக்கும் கீழ்கணக்கும்
பெரியன ஐந்தும் சிறியன ஐந்தும்
மூத்த குடிவளர்த்த முத்தமிழே !
நாசிக்காற்றும் நசிந்து போனாலும்
நாடித்துடிப்பான நல்லுயிர் தமிழே !
உலகத்தை ஆட்சி செய்யும் தமிழே !
வானியலும் , வாழ்வியலும் , மாறாத
மருத்துவமும் , இலக்கணமும் , இன்ப
இலக்கியமும் எங்கள் வாழ்வோடு
கலந்த இன்பத்தமிழே ! உலகமெங்கும் நீ
நீடூழி வாழ்க நிரந்தரமாக வாழ்க!

ஆசிரியர்

ஆசிரியர் குறிப்பு

இயற்பெயர் :- ச.வரதராசநாய்க்கர்

பிறப்பு :- 1961 பிலவ ஆண்டு

பிறந்த இடம் :- தண்டையார்பேட்டை

எழுதிய வருடம் :- 2021

எழுதிய இடம் :- அத்திப்பட்டு சென்னை 120

புனைப்பெயர் :- கவிஞர் சூரியபுத்திரன்

தந்தை பெயர் :- திரு,. ஆ. சம்பந்தநாயக்கர்

தாயார் பெயர் :- திருமதி . ராதாசம்பந்தம்

மனைவி பெயர் :- திருமதி . ரேவதி வரதராசன்

மகன் பெயர் :- சுகந்திரையன் வரதராசன்

மகன் பெயர் :- ராகேசுவர் வரதராசன்

படைப்புகள் :- 1 குறளின் குரல் திருக்குறள்

படைப்புகள் :- 2 நாலடியாரும் என் நாலடியும்

படைப்புகள் :- 3 எண்ணத்து பூச்சிகள்

மின்னஞ்சல் :- sshrc2017@ gmail.com

தொலைதொடர்பு : - 9841073355, 9841438836 w/app

1. காதலுக்கு ஒரு கவிதை

காதலுக்கு ஒரு கவிதை

❧❧❧

❧❧❧

❧❧❧

அபூர்வமானவள்

ஆம் அவள் ஒரு அபூர்வம் !
அபூர்வம் என்றால் அழகு !
அபூர்வம் என்றால் நிதானம் !
அபூர்வம் என்றால் மகிழ்ச்சி !
அபூர்வம் என்றால் அதிர்ஷ்டம் !

.

அபூர்வமான அவளொரு
அட்சயபாத்திரம்,!
அள்ள அள்ள குறையாத
அழகு புதையல்.!
தின்ன தின்ன திகட்டாத
தித்திக்கும் செங்கரும்பு.!

.

வீட்டில் உலாவரும்
அவளொரு மரகத வீணை.!
போட்டியே இல்லாத
அவளொரு பொக்கிஷம்.!
வெண்ணெயில் செய்த
வெங்கல பொம்மை!
வீதியில் நடந்தால் அவளோ
ஒரு தங்கத்தேர் !
நடந்தால் ஆலமரம்
அவளை சுற்றி அத்தனை
மனித விழுதுகள் !

.

ஆண்டாள் போல் அவள்செல்ல
ஆழ்வார்கள் போல் அவள் பின்
அத்தனைக் ஆண்கள்கூட்டம்.
மல்லியும் ரோஜாவும் ஏங்கும்
மங்கையின் தலையை அலங்கரிக்க,

மழைக்காலத்தில் மடைதிறந்த
வெள்ளத்தில் அடர்ந்த ஆறு
அமைதியாய் ஓடுவது போல்
அவளது கூந்தல் அத்தனை அழகு
அதில் சொட்டும் நீரும்
அதுவும் ஒரு தனியழகு.
.

வண்ணமில்லா வானவில் !
வந்திறங்கியது போல்
அரைவட்ட புருவங்கள்,
அவளுக்கு மட்டுமே உண்டு
பால் குளத்தில் நீந்தும்
வாலில்லா கருப்பு மீன்
ஆனந்த நடனமாடும் அழகே அழகு.
.

சேலத்து மாம்பழத்தை
அறுத்து வைத்த அரைப்பக்க
கன்னத்திற்கு கீழேயும்
தூத்துக்குடி துறைமுகத்தில்
தோண்டி எடுத்த வெண்சங்கான
கழுத்துக்கு மேலேயும்
இரண்டுக்கும் இல்லாமல்
இடையில் கடுகளவு மச்சம்

.

கண்ணுக்கே அகப்படாத
உற்று காணும் அழகே அழகு
முத்துக்களை நட்டதுபோல்
முன் வரிசை பல்லழுகு!

.

மூடி திறக்கும் செவ்விதழ் கீழே
ஊரிலிலுள்ள கிழவியெல்லாம்
தொட்டு தடவி பார்க்கும்
முகவாய்கட்டைக்கு மேலே
ஓமத்தின் அளவில் ஒளிந்திருக்கும்
ஒற்றை மச்சத்தின் அழகை சொல்ல
ஒருநாள் போதாது!

.

தண்ணீரில்தான் மலரும் தாமரை
தண்ணீர் இல்லாமல் மலர்கிறது
அவள் மார்பில் மலராமல்
மொட்டாய் இருக்கிறது அதற்குள்
கருவண்டு காத்திருக்கிறது
காண்பதற்கு கண்கொள்ளா
காட்சியாய் ,கச்சைகளும்
இச்சை கொள்கிறது இவளழகை
மூடவே போட்டிபோட்டு !

.

தினைத்தோட்ட கிளிகளெல்லாம்!
திரும்பி திரும்பி பார்க்கிறதே
தெரியாமல் எப்படி வந்தோம்
தேவலோகம் என்று நம்பாமல்
இறந்து விட்டோமா என்று ஒன்றை ஒன்று கிள்ளி பார்க்கிறது

தேவதையின் குரலை கேட்டபிறகு
சேரநாட்டின் ஆனைக்கொம்பை
சீராக நிறுத்தியது போல்
தழுவ வழுக்கிடும்
இடையழகை என்ன சொல்ல ?
மலைநாட்டு
சந்தனமும் மயங்கியே, இழைப்பதற்குள்
கரைகிறதே இவளை பார்த்து.

.

மூங்கில் குருத்துக்கள்
மோதியே வருவதுபோல்
ஆடி அசைந்து வரும்
தொடையழகை பார்த்து
வாழை குருத்துக்களும்
வாயடைத்து நிற்கிறது .!

.

தண்டையிட்ட கால்கள்
சண்டையிட்டு கொண்டது
மிஞ்சி போடும் விரல்கள்
கெஞ்சியே நிற்கிறது
எப்போது நடப்பாளென்றே.!
ஏங்கியே கிடக்கின்றது

வானத்து நட்சத்திரத்தை
வறுத்து அரைத்து
வைரத்தை பொடிசெய்து
அங்கங்கே தூவி
நிலவை இழைத்து
நிதானமாக தடவி
அமிழ்தத்தில் செய்த
அழகு தேவதை அவள்
அவளுக்கு போட்டி அவளே
அவளுக்கு நிகரும் அவளே

2. என் மன வானில் கண்ணம்மா

கண்ணான கண்ணே கண்ணம்மா!
கண்ணில் நிறைந்தவளே கண்ணம்மா
கருத்தினில் விளைந்தவளே !
எந்தன் துயர் தீர்க்க கண்ணம்மா
என்னுள் கலந்தவளே !

.

ஆசையென்று சொன்னேன் கண்ணம்மா
ஆறுதல் என்று சொன்னாய்!
தேறுதல் என்று சொன்னேன் கண்ணம்மா
தெருவினில் விட்டு விட்டாய் !

.

மல்லிபோல் மணந்திருந்தாய் கண்ணம்மா
மனமென்ற நெஞ்சுகுள்ளே!
அள்ளி அணைக்கையிலே கண்ணம்மா
தள்ளியே சென்றுவிட்டாய் !

.

கூடியே சிரிக்கையிலே கண்ணம்மா
குழந்தையை போலிருந்தாய் !
நாடியே வருகையிலே கண்ணம்மா
நட்டாற்றில் விட்டு விட்டாய் !

.

துள்ளும் இளம்பருவம் கண்ணம்மா
தோன்றினாய் சித்திரமாய் !
வண்ணத்துடன் வருகையிலே கண்ணம்மா
ஏனோ நீ கரைந்து விட்டாய் !

கட்டி தழுவையிலே கண்ணம்மா
காமமே இல்லையடி !
எட்டியே தள்ளிவிட்டாய் கண்ணம்மா
ஏனிந்த வக்கிரமோ !

தென்றலாய் நீயிருந்தாய் கண்ணம்மா
தேடி நான் வந்திருந்தேன்
புயலாய் மாறிவிட்டாய் கண்ணம்மா
போக்கிடம் தெரியலையே !

மலர்கள் மொட்டாகுமா கண்ணம்மா
மறுபடி மூடிடுமா !
மார்பினில் துரங்கையிலே கண்ணம்மா
கண் மலர் மூட கண்டேனடி !

சோலையின் மலர் சிரிப்போ கண்ணம்மா
சுட்டும் உன் விழிசுடரோ !
மாலையின் குயில் குரலோ கண்ணம்மா
மண்டியிட வைத்துவிட்டாய் !

எண்ணத்தின் கவலையெல்லாம் கண்ணம்மா
எடுத்து நான் தந்தேனடி !
ஒன்றுக்கொன்று இரண்டானாய் கண்ணம்மா
என்னை நீ பிரிந்ததிலே !

மண்ணிலே செடி வளரும் கண்ணம்மா
என்னில் நீ வளர்ந்தது போல் !
வெட்டியே சாய்த்து விட்டாய் கண்ணம்மா
வேதனை கொள்ளுதடி !

.

காணாமல் காதல் கொண்டேன் கண்ணம்மா
உன்னை என் நெஞ்சில் வைத்து!
காதலை பறித்துக் கொண்டாய் கண்ணம்மா
காரணம் என்ன சொல்ல !

.

விண்ணில் நீ பிறந்திருந்தால் கண்ணம்மா
வேதனை இல்லையடி !
மண்ணில் நீ பிறந்ததனால் கண்ணம்மா
மனம் உன்னை தேடுதடி !

.

பிரிந்திட சொல்லி விட்டு கண்ணம்மா
பிடித்து நீ கொள்ளுகிறாய் !
என்ன பிரிவினையோ கண்ணம்மா
என்னை நீ கொல்லுகிறாய் !

.

பாடும் கருங்குயிலே கண்ணம்மா
பாட்டை நீ நிறுத்தி விட்டாய் !
பாடையிலே போனாலும் கண்ணம்மா
பாசம் விட்டு போகாதடி !

தோகை விரித்தாலும் கண்ணம்மா
தோன்றும் மயில் நானுனக்கு !
மேகமே கலைந்ததனால் கண்ணம்மா
தாகமே தீரவில்லை !

.

சேலை தலைப்புக்குள்ளே கண்ணம்மா
சேர்த்து நீ கட்டிப்பிடி !
வாலை குமரி நீயே கண்ணம்மா
வாழும் பொற் பெட்டகமே !

.

வானின் ஒரு நிலவு கண்ணம்மா
வாழ்வின் பொற் சித்திரமே !
வீணாய் கழியுதடி கண்ணம்மா
வேடிக்கை பார்குதடி !

.

தூணாய் இருந்திருந்தேன் கண்ணம்மா
துரும்பாய் நான் ஆனேனடி !
மானே என நினைத்தேன் கண்ணம்மா
மறந்து நீ ஓடிவிட்டாய் !

.

உன்னை நான் காதலித்தால் கண்ணம்மா
உயிர் கூட விட்டிருப்பேன் !
உயிரே நீயானாய் கண்ணம்மா
உயிர் விட்டால் எங்கிருப்பேன் !

3. அவள் ஒரு அதிசயம்

வரலாற்று ரீதியாக

அவளின் அங்கத்தின்

புவியியல் அமைப்புகளை,

கணக்கிட்டு பார்த்தேன்.

ஏற்ற இறக்கங்கள்

மேடு பள்ளங்கள்

எல்லாம் அளந்தேன்

வில்லாய் வளைந்த

புல்லில்லா தேசத்தை

கடந்தால் இரண்டு கண்மாயில்

கருப்பு மீன்கள் உலவுகிறது!

சிறு இரட்டை குகையில்

சிலந்திகளின் கூடுகள்

சிவந்த இதழின் மேடுகளை

கடந்தால் பளிங்கு கற்களால்

பதியப்பட்ட வெள்ளை கோட்டை!

வெள்ளை கோட்டை உள்ளே தான்

முத்தமிடும் ராணி மொத்தமாய்

நீச்சலடிப்பாள் உமிழ்நீரில் !

முகவாட்டு பள்ளத்தை தாண்டி

கன்னபாளையத்தில் வழுக்கு

பாறைகள் வட்ட வடிவில்,

சங்கு போல் உருண்ட சமவெளியில்

மூன்று பாதைகள் காற்றின் கீற்றுகளாய்

தாண்டினேன் வனாந்திரம்,

புயலினால் சேர்ந்த மேடுகளை போல்,

புதிய வெண்ணெய் குவியலாய்

புதிய இரு குன்றுகள் !

குன்றுகளின் உச்சியில் எரிமலையில்

கரிந்ததுபோல் கரிய வைரதுண்டுகள்!

ஏறி களைத்து இறங்கினேன்,

சஹாரா போல் ஒன்றுமே வளராத

சமமான பாலைவனம் நடுவிலொரு

மூடிய சிறு புதைக்குழி இறங்கியதும்,

இருபுறமும் நீண்ட மலைத்தொடர்!

அடர்ந்த கருப்பு நிற காடுகள் !

காட்டின் நடுவே பிரியும் ரேகைகள்,

அட்சயரேகையும் தீர்க்க ரேகையும்,

ஆகவே நீ இப்போது தீவா அல்லது ?
தீபகற்பமா தெரியவில்லை!

பூகோளம் படித்தாலும் புரியவில்லை. !

4. திருவிழா தேவதை

வசந்த காலத்தில் !
வடக்கு மாடவீதியில்
தேர் திருவிழா என்று தெருவெல்லாம்
பேசிக்கொண்டார்கள்,
தெய்வத்தை ரசிக்க
தெருவில் நின்றேன்
என்ன அதிசயம் !.....

.

தங்கசிலைகளும் !
வெள்ளி சிலைகளும்!
செம்பு சிலைகளும்!
வீதியில் திரிகிறதே,
பூவைத்த சிலைகள்
பூரித்த கன்னங்களோடு
பூத்திருக்கும் மலர்கள்
தாமரை மொட்டைபோல,

தங்க கலசங்கள் !
சாய்ந்தும் சாயாமல்
நடப்பதை கண்டேன் நம்பமுடியால்

பூக்கள் படரும் இங்கே
பூந்தோட்டம் படர்கிறதே!
மின்னலின் கண்கள்
வெட்டி வெட்டி பார்த்து

வெள்ளி கொலுசொலியும்
வேகமாய் கேட்காமல்
சிலுசிலுவென நீரோடை போல்
சீராக கேட்கிறதே !

கூந்தலில் இருந்து
தப்பித்த மலரொன்று
முகம் பார்க்க தவித்து
அவள் முன்னால் வீழ
குனிந்து எடுக்கையில்
அபிநயங்களே அங்கே
அச்சம் கொண்டதே!

முன்னிலை வகிக்கும்
முரட்டு தாமரை மொட்டை நோக்கி
வழிநெடுக தேனியும் வண்டுகளும்
வளமான வண்ணத்துப்பூச்சிகளும்
இடமும் வலமுமாக
இவளையே சுற்றுகிறதே

அதோ ஒரு கொக்கு
அவளையே நோக்கி
ஒற்றை காலில் தவம்
ஓயாமல் செய்கிறதே!
நீரில்லாமல் மீனிரண்டு
நீந்தி செல்கிறதென்றே
சிதல்கள் மூடி திறக்கும்
சிறப்பான மீன்களை
இதுவரை எங்கும் காணோம்
என்றே தலைசாய்த்து

வாடியிருந்தும் பயனின்றி
வழிகாத்து நிற்கிறதே !
சூரியனை கண்டு மலர்ந்த
தாமரை மலரெல்லாம்
இவளை கண்டதும் வெட்கத்தில்
மூடி கொள்கிறதே இவள்தான்
சொர்க்கத்தின் தாமரையென்று
கோயிலின் கிளிகளும்
குழப்பமானது மீனாட்சி அம்மனே!
உயிர் கொண்டு நடக்கிறதென்று.!

5. என்னவென்று சொல்லுவேன்

என்னவளின் பெண்ணழகை !
பேசி முடியாது ,
பேரழகுக்கு ஈடாக
வேறெதுவும் கிடையாது .

மின்னலைப்போல்!
சிரித்திருப்பாள்
மேகத்தை போல் !
கருத்திருப்பாள்
என்னவளுக்கு
ஈடாக வேறெதுவும் கிடையாது.

பொன்னெடுத்து போட்டாலே
பொன் கூட தலை குனியும்
மண்ணெடுத்து இவள் நடந்தால்,
மண்கூட கும்பிடுமே !
மன்மதனும் வாய்பிளப்பான் ,
மங்கை இவள் பேரழகை!

மஞ்சள் கிழங்கொன்றை !
மஞ்சனையில் வைத்து
மல்லிகை பூச்சூடி

இரவெல்லாம் ரசித்தேன் !
நெத்தி சுட்டிதான்
கொஞ்சம் நெருடலாய்

நெற்றி முத்தத்தின் இடஞ்சலாய் !
இதழ் முத்தத்தில் இன்பம் கண்டாலும்!
அவளின் இடையில் தந்த முத்தம்
இன்னமும் இனிக்குதடி!

ஆதிசிவனின் நெற்றியில்
பிறந்தவளோ ?
அன்னை மரியாளின் அடிவயிற்றில்
உதித்தவளோ ?
ஆமினா வயிற்றில் அடைந்த
அற்புத ஒளியோ ?
ஆதாம் ஏவாள் ஆசையில்
பிறந்தவளோ ?
என்னவளோ என்னில்
பெண்ணவளோ ?
ஏதறியேன் யார் அவள் ?

அத்திப்பூபூத்ததடி
அங்கமே வேர்த்ததடி
நித்திரைசெத்ததடி
நீயில்லா உலகத்திலே

ஆவாரம் பூத்ததடி
ஆனாலும் வேர்த்ததடி
தூவானம் தூவினாலும்
மேல் வானம் தாவுதடி

மல்லிப்பூபூத்ததடி
மாராப்பு வேர்த்ததடி
வீராப்பு பேசினாலும்
வீழத்தான் தோனுதடி

உப்புத்தான் பூத்ததடி
உன் இதழும் வேர்த்ததடி
உப்பான உதடுக்குள்ளே
தித்திப்பு ஏதடியோ!

கீழ்வானம் சிவக்குதடி
மேல் வானம் ஏங்குதடி
பாதாள சொர்க்கத்திலே
பாயத்தான் தோனுதடி

ஏதோ செய்குதடி
என்னமோ நடக்குதடி
உன்னை கண்டவுடன்
நானே நானாக இல்லாமல்

நாக்கும் வரளுதடி
போக்கு காட்டாதே பூங்கொடியே

சீவி முடித்து
சிறு நெற்றியில் பொட்டிட்டு
காதோரம் ,வளைந்த கம்மலுடன்
இணைந்த ,கடுக்கண் குண்டலமும்
கொப்போடு, தோடுமிட்டு
சந்திரபிரபையுடன்
சூரியபிரபையும், சூடாமணி
கொண்டை,திருகோடு
நெற்றிசுட்டியில்
நேர்த்தியாய், இருந்தாள்
இறுக்கி அணைத்து இவையெல்லாம்
ரசிக்க தழுவிய கைகள் தளர
பொலிவிழந்து கருத்து போனதே எல்லாம்.

மயில் போல் தோணியில்
மரகதம் போல் பசுமை ஆற்றில்
மீன்கள் விளையாடும்
தெளிந்த ஓடையில் தேவதையே
நீ காதில் சரம் போட்டு
கழுத்தில் ஆரம்போட்டு
நெத்தி சுட்டி வச்சி
நேர் வகிடெடுத்து
பிச்சுப்பூ கட்டி வைச்சு
பின்னால் அமர்ந்து இருக்க

மாலையில் போகும் போது
தெளிந்த நீரை பார்க்காதே நீயா நிலவா
என்று நீரும் குழம்பி போகும் —

காற்றுக்கும் கடலுக்கும்
ஆசைதான் !
என்கண்மணியை தொட்டு பார்க்க,
காற்றோ அசைத்து பார்கிறது !
கடலோ நனைத்து பார்கிறது.!

கன்னம் எனும் பாலைவனம்
கழுத்து எனும் நந்தவனம்
எதில் நான் தங்கவேண்டும்
என்பதை மட்டும் நீ சொல்

கடல் பக்கம் போகாதே கண்ணே
கடல் பொங்கியே ஆவேசம் ஆகிடும் —
சங்கொன்று எழுந்து நடந்து செல்கிறதென்று!!

கடலின்மணலில்
உன் பாதங்கள் பட்டதும்
மோட்சம் அடைகிறது —
கடலில் உன் கால்கள் பட்டதும்
கடல் நீர் வந்து உன்பாதத்தை —
கழுவி செல்கிறது - ஆனாலும்

அதற்கு ஆசை அடங்கவில்லை ,
திரும்பி திரும்பி வந்து போகிறது

கடலோர மரத்தின் கனமான நிழலில்,
கட்டி அணைத்து அலையின் சாரலில்
அழகாக நனைவோம் உடலின்கனலை,
உடனேகரைப்போம் வா.!

கூந்தலின் மலராய் இருந்திருந்தாலும் ,
என்னை நீரசிப்பாய்
தொடுவாய் தடவுவாய்
காய்ந்த பிறகு வீச மனமின்றி
யோசிப்பாய் தானே ?

மலராய் இருந்தாலும் மலரே
உன்கூந்தலில் மலர்ந்திருப்பேன்
ஒருநாள் வாழ்க்கையும்,
உன்னோடு இருந்திருக்கும்

மலராய் இருந்திருந்தால்
கைவிரல் பட்டதும் - காயங்கள் இல்லாமல்
மரணம் கூட எனக்கு
மங்களாமாய் இருந்திருக்கும்
எடுத்துக் போடும் போது கூட
நீயோசித்திருப்பாய் மலரே நீ !

ஒருநாள் உன்னோடு வாழ்ந்து
உன் மடியில் கிடந்தால் போதும்
கல்லறைக்கு போகும் மலரானாலும்,
ஒருநாள் உன் மடியில் கிடந்தால் போதும்

நிழலாக தொடர்ந்தாலும்
நிஜமாகவே தொடர்கிறாய்
அணைப்பும் ஆறுதலும்
அம்மாவைப்போல்
உன் மடியில் கிடத்தி
இருந்தாலும் சுகமே !
இறந்தாலும் வரமே, .

உன்னை காண்பதற்கு முன்
காதல் கவிதை எழுதினேன்
உன்னை கண்ட பின்
உன்னை காதலித்து எழுதினேன்

6. எட்டாம் அதிசயம்

வரையறுக்கப்பட்ட வரலாற்று
சிறப்புகளில் வரையறுத்தவர்கள.
வரைமுறை இல்லாமல் எழுதிவிட்டனர் .
உன்னை பார்க்கும் முன்பு பார்த்திருந்தால்
முதல் அதிசயம் நீயாக!
எட்டாம் அதிசயமாக எண்ணிக்கை இருந்திருக்கும்

ஏக்கமான கண்களில் என்ன வைத்து இருக்கிறாய்
பார்த்ததும் காய்ந்து போனது என் இதழ்கள்
நிலவுக்கும்அவளுக்கும் போராட்டம்
இரவெல்லாம் என்கூட இருப்பது
நீயா நானா என்பதுதான்.!

கண்களை கண்டதும் கவிஞனானேன் !
காதலித்ததும் கள்வன் ஆனேன்!
அவள் வந்ததும் மனிதன் ஆனேன் !

ராதையின் காதலும் !
மீராவின் பக்தியான பாசமும் !
ஆண்டாளின் நேசமும்!
கதைகளாக போனதடி !
செல்லம்மா !! நம்முடைய உண்மை காதலுக்கு முன்!

ஆசை அடங்கியபின் ஆழ்ந்து விடும் '
உன் மூச்சு என் என் காதருகில் ,
கன்னத்தில் பட்டாலும்
அனலாய் இருந்தாலும்
ஆனந்தமாய் இருக்குதடி !

இழுத்து விடும் பெருமூச்சு
இன்பத்தை கொடுக்குதடி!
ஆகிடுவோம் அழகாய் மாறிடுவோம்

உன் இதழ் கொண்டு இதழ் இணைத்து !
உன் மார்போடு மார் இணைத்து !
இடையோடு இடை இணைத்து !
உயிரோடு உயிர் இணைத்து !
காலோடு கால்கள் இணைத்து!
பாதத்தோடு பாதங்கள் இணைத்து கலக்க வா !.

ஆண்களின் எண்ணங்களை ,
காயப்படுத்துபவரை விட
எண்ணங்களை உணர்வுகளை புரிந்து கொள்பவளே !
நட்பிலும் காதலிலும் உணர்ச்சிகளை புரிந்து கொள்பவளே !
சிறந்த துணையாவாள்!

ஆறுதலை தேடி அவளிடம் போனால்
அவளோ தேறுதல் என்னவென்று தேடிக்கொண்டு இருக்கிறாள்

ஆடினாய் பாடினாய்
அவளோடு காதல் கொண்டாய்
ஊடல் கொண்டாய் உண்மையல்ல
அன்பின் நடிப்பில் அவளையும்
மிஞ்சி என்ன செய்தாலும் கோபிக்காத நெஞ்சே
கோபம் போல் நடிக்கிறாய்
நெஞ்சே கோபத்தை விட்டு அவளை தேடி போயேன்

அலையும் காற்றே அவளிடம் சொல்
அவளுக்காக காத்திருக்கிறேன்
அவளிடம் பேசி காதலிக்க அல்ல
அவளின் கனிமொழியை ரசிக்க கேட்க கேட்க
இன்பமாயிருக்கிறது
அவள் மொழி மழலைப் போல் இருப்பதால்

அழுகின்ற * குழந்தைக்கு
அம்மாவின் மார்பே ஆறுதல்
ஆண்களுக்கும்
அப்படித்தான் மனம் அலைந்து
அழுகின்ற போதெல்லாம் பெண்களின்
தோள்களே பெரிய ஆறுதல்

அன்பாய் இருக்கிறாய்
என்று நினைத்தேன் ஆனால் நீயோ |
ஆறுதலாய் இருக்கிறாய்!
ஆறுதலென்று ஆனந்தப்பட்டேன்

எனக்கு அனுபவமாய் இருக்கிறாய்!
ஆக மொத்தத்தில் வாழ்வியலை
கற்றுத்தரும் வாத்தியாராய்
இருக்கிறாயடி என்னவளே!

அன்பாய் கடிதம் எழுதவா
அன்புக்கே கடிதம் எழுதவா
தலைகோதி தூங்க வைக்கும்
தனி அழகை எழுதவா
தாலாட்டு பாடாமல்
கண்கள் மூடாமல் தூங்க வைக்கும்
அழகை எழுதவா

அன்பாய் பேசினாள்
ஆறத்தழுவினால்
கொம்பேறும் கொடி போல்
குழைந்தாள் இழைந்தாள்
யாரை காட்டிலும் அன்பென்றேன்
அணைத்தேன் எழுந்தாள்
என்மீது வெகுண்டாள்
யாரை காட்டிலும், யாரை காட்டிலும் '
என்றே சாடினாள்

7. காவியத்தில் அவள்

புலராக் காலையும்
விலகாப் பனியும்,
அடைக்காக்கும் பறவைகளாய்
உன் அரவணைப்பை தேடும்
இதமான தலைகோதலும்,
இனிமையான தழுவலும்
புலராத காலையில்,
விலகாத பனிபோல்
தினம் ஒரு புதுமையாய்.

ஆழ் மனதில் அடுக்கிவைத்திருக்கிறேன்
ஆசையெல்லாம் புத்தகங்கள் போல,
எதையெடுத்து படித்தாலும்
எல்லாம் உன்னைப் பற்றியே.

அபிமான பிரியமானவளே !
நீ வெட்கத்தில் நகம் கடிப்பதை
நான் நானுறு கவிதைகளாக,
நான்கு பகுதியாய் எழுதியுள்ளேன்
ஒவ்வொரு அசைவும் ஒவ்வொன்றாய்
நீ படித்து தான் பாரேன்,
மருத்துவர் பட்டம் மறக்காமல் தருவாய்.

அவளை கண்டதும்
மிரண்டது கண்கள்
மீள முடியாமல்,
தவித்தது கண்கள்
காதலோடு சேர்ந்த காமத்துநோயை !
கொடுத்தது கண்கள்
ஆனால் அவளை இன்று காணவில்லை
காணதவளை காட்டசொல்லி,
அழுவது ஏனோ அவளை காண்பதற்கு அலைபாய்வதேனோ?
அவள் என்னுடன் இருந்தபோது
தூங்கவே நேரமில்லை ,
அவள் என்னுடன் இல்லாதபோது
தூங்குவதே இல்லை,
அவளையே நினைத்து கொண்டிருப்பதால் !.

❧ ❧ ❧

அவள் நோக்கினாள் !
நோக்குவது என்னை தாக்குவது போலிருந்தது
தாக்குதலிலும் முப்படை சேனைகளும்,
முழுவதுமாய் தாக்கினாலும்,
ஏற்படாத சேதம் ஏற்பட்டது போல்
என்னே அவள் கண்ணின் தாக்குதல் தாளமுடியாமல்!.

❧ ❧ ❧

அவளும் நானும்
இணைந்தே இருப்போம்
பிரிந்தே இல்லை ,பிரிந்தாலும்
மறந்தது இல்லை

பிரிந்து இருந்தாலும் இன்பம் தருகிறதே
இந்த காதல்
கள்குடித்தால் தான் மயக்கம் வரும்
நினைத்தாலே மயக்கம் தரும்
கள்ளினும் இனிது காமம் !.

என் குறைந்தபட்ச கோரிக்கை -
அவள் வேண்டும் என்னுடன்
அவளின் காதல் வேண்டும்
இன்புற்று இருக்கவேண்டும்
இன்பமாய் கடக்கவேண்டும்
அதிகபட்ச வேண்டுதல்
அவள் மட்டுமே வேண்டும்
என்னுடன் அவளின்
காதல் மட்டுமே வேண்டும்
இன்பங்களை கடந்து அவளுடன்
இன்பம் போன்ற துன்பத்தில் நடக்கவேண்டும்

அவள் வருவாள் உரையாடுவாள்
உரசுவாள் பற்றி கொள்வாள் என்றிருந்தேன்
உரசுவாள் என்று 'நினைத்தேன் ,
என்னை உதறுவாள் ,என்று நினைக்கவில்லை .
நீயாவது வா நிலவே!
தனியாய் இருக்கிறேன் பேச ஆளின்றி தனியே பேசுகிறேன்
ஒருவேளை பைத்தியமோ அவள் மீது?

அவள் வரவே இல்லையென்று
எதிர் பார்த்து தூங்கவில்லை கண்கள்
அவள் வந்த பின்னும் அவளை ரசிப்பதால்
அந்த கண்கள் தூங்கவில்லை
வருமுன் துன்பத்தில் வந்தபின் இன்பத்தில்
எப்படியும் தூங்காமல் அதுதான் காதல் !

அவனை பற்றித்தான் அளவளாகினேன்
அவனின் சின்ன குறும்புகளை,
குறிப்பெடுத்தேன்
விளையாட்டுகளை நினைத்திருந்தேன்,
காமத்தால் அவன் !
கட்டவிழ்த்த காளையாய்,
பாயுதலை எண்ணி படுத்திருந்தேன்,
எப்படித்தான் பசலை படர்ந்ததோ எனக்கே தெரியவில்லை .
அவன் பேசி பேசியே தோற்று போகிறான்,
அவள் பேசாமலேயே மௌன மொழியிலேயே,
வென்று விடுகிறான் !.

அவனும் அவளும் சேர்ந்திருந்தால்
நான் கொஞ்சுவேன் குலாவுவேன்
இருவரும் பிரிந்து விட்டால்
என்னை கண்ணீரில் நனைப்பாள்
அவள் கண்களின் நெருப்பில் சுட்டெரிப்பான்
இப்படிக்கு புன்னகை !!

அவனும் அவளும் சந்தித்தார்கள் !
யாருக்கும் தெரியாமல்,
சந்தித்ததோ ஒருநாள்
காதலும் கனியவில்லை,
காற்றில் பறந்தது தூற்றலின் தூசுகள்
வானத்தின் நிலவை பாம்பு விழுங்கியதை பார்த்தது போல்!
ஊர்முழுக்க பரவியது அவர்கள் காதல்!.

அவரோடு கூடிய அந்த நாட்கள் !
விரலோடு விரல் பேசிய நாட்கள் !
கண்கள் பேசும் போதே
இதழ்கள் உறவாடிய நாட்கள் !
இடையில் இருந்த உடை கூட
இளைத்து களைத்து இறங்கிய நாட்கள்!
ஏழாம் சுவையை இதழில் பெற்ற நாட்கள்
இவ்வளவு நினைவுகளால் வாழ்கிறேன்
அவர் இல்லாதிருந்தும் உயிரோடு !

சிலர் காதலிக்குகவிதை சொல்வார் !
காதலி காதலனுக்கு கவிதைசொல்வார்!
கவிதையே கவிதை சொல்லுகிறது!
தன் காதலுக்கு காத்திருந்த காதலை தூக்கி எறிந்துவிட்டு
காணாத காதலை காண துடிக்கிறது ஒரு கவிதை !

சிலர் கவிதை எழுதுவது போல
சிலர் கருத்துக்களை சொல்கிறார்கள்
சிலர் காதலை சொல்லுகிறார்கள்
சிலர் நட்புக்கு சொல்லுகிறார்கள்
சிலர் நடக்கவேண்டியதை சொல்கிறார்கள்
நான் கூட எல்லாம் சொல்கிறேன்
அவளுக்குத்தான் ஆசையில்லை
அதனால் தான் பேசவில்லையோ ?

சில மௌனங்கள் பூக்கிறது
சிலருக்கு சிலருடன் காதலாக,
சிலருக்கு சிலருடன் பிரிதலாக,
சிலருக்கு சிலருடன் ஆறுதலாக,
சிலருக்கு சிலருடன் உயிராக,
சிலருக்கு சிலருடன் உயிரெடுப்பவராக,
ஆனால் எனக்கு நீயோ !
எப்போதும் உயிர் கொடுப்பவளாக.!

உறக்கத்துக்கும் விழிப்புக்கும் இடையே!
சின்னத்திரை வெள்ளி திரை கண்டிருக்கிறேன்
இது என்ன திரை,
தூங்குவதுபோல் தூங்காமல் நாமிருவர் மட்டுமே !
நடித்து கொண்டு விழிகளை மூடியே விளையாடுதல்
கனவும் இல்லை நிஜமும் இல்லை வேறென்ன விந்தையிது.

சொல்லாமல் இருந்த காதலை!
தெரியாமல் திரிந்த காதலை !
சேருமா சேராதா என்ற காதலை !
மறைந்து வாழ்ந்த மர்ம காதலை,
ஊரார் தூற்றியே, உண்மை ஆக்கியதால்,
உண்மையிலே மகிழ்ச்சி சொல்ல தவித்த காதலை சொல்லியதற்கு

எலி பூனையை பார்த்து மிரளும் !
மான் புலியை பார்த்து மிரளும்!
இடியைகேட்டு நாகம் மிரளும்!
இடிபோன்ற உன் பேச்சை கேட்டு
இன்று நான் மிரண்டேன்.!

எமனை கண்டதில்லை
எவ்வலியும் நானறியேன்
மரணபயமறியேன்
நான் பயந்து மறைந்தறியேன்
கண்கள் கொல்லுமென்று கண்ணே
தெரிந்து கொண்டேன்
பெரிய கண்களால் பெண்ணுறுவில்

எனக்காக அவளும் அவளுக்காக நானும் இருக்கிறோம்
என்கிறது காதல் உண்மையில்,
உண்மையாகவே இருக்கிறோமா என்பதில் தேடியே முடிகிறது காதல்.

எனக்கு மட்டுமே தெரியும் என்னவன் என்னை விட்டு பிரிவது
கண்ணுக்கும் தெரியாது காதுக்கும் கேட்காமலே,
எழுந்தான் நடந்தான் கண்ணிலும் மறையவில்லை என்னவன்
அதற்குள் பசலை படர்கிறதே காமத்தை என்ன சொல்ல.!

இரவில் உலவும் மேகம் போல
என்மனதில் படர்ந்தே இருக்கிறாய்,
மேகம் என்பதால் அடிக்கடி மறைந்து
என் கண்ணில் மழையாக வருகிறாயோ,
அடர்ந்து வரும் போது அடைத்து கொள்கிறாய்
நீ வரும் போது நிலவும் கூத்தாடும்,
வானத்தில் நீல மயில் போலவே நீ வந்தால்,
என்மனமும் கூத்தாடும் வானவில் போலவே வண்ணமயமாக.!

என்னோடு அவளிருந்தால்! என் இரவுகள் சுருங்கி விடுகிறது
அவளில்லாத என் இரவுகள் நீண்டு கொண்டே போகிறதே,
காதலின் பிரிவால் காமத்தால் ஏற்படும் கொடுமையை விட
பெருங்கொடுமையாய் இது இருக்கிறதே.!

என்னவெல்லாம் கேட்டும், எப்படியெல்லாம் கேட்டும்,
இரங்கவேயில்லைமனம் நெருங்கவே விடாமல்
காவல் காக்கிறார் அவர் கருணையே இல்லாமல்,
நொடிக்கு நூறுமுறை என் நெஞ்சில்,
தவறாமல் நுழைந்து வருகிறாரே
வரும் போது வெட்கம் என்பதே இல்லாமல்.

இளைப்பாறல் என்பது என்னவளுக்கு எது தெரியுமா !

காபியில் அவன் பெயரை எழுதுவது,

பல்விளக்கும் பற்பசையில் எழுதுவது,

குளிக்கும் போது நுரையிலும் கூட

அவன் பெயரே அழகாய் எழுதுவாள்,

தோசையிலும் வார்ப்பாள் அவனையே

நீரிலும் நிலத்திலும் அவன் பெயரே,

நித்தமும் மந்திரம் அவன்பெயரே,

நித்திரையிலும் அவன் பெயரே,

இதைவிட இளைப்பாறல் ஏதுமுண்டோ.!

எனனவனை என்னை கொண்டவனை,

மன்னவனை மனம் நிறைந்தவனை

பிரிந்து சென்றவனை எண்ணி மனம் தேடுதே,

ஏனோ உடல் வாடுதே வண்ணம் மாறுதே,

பசலையால் தவிப்பதை பாவி நான் யாரிடம் சொல்வேன்

மருந்தில்லா நோய் இது மன்னவனால் மட்டுமே தீருமே.!

ஹைக்கூ கவிதை நீ என்று

யாரால் சொல்ல முடியும்,

எழுத்தில் அடங்காத காவியம்

வார்த்தைகளில் முடிக்க முடியாத வடியோவியம் நீ

உன்னை ஒரடியில் ஈரடியில் எவராலும் அடக்க முடியாது.!

ஏமாந்து தனிமையில் கிடந்து நினைத்து

எதிர் பார்த்து அழுது

நெஞ்சிலே ஏங்கி கன்னமும் வீங்கியே

காதும் அடைத்து பொன்னிற கண்கள் பொலிவிழந்து

பசலை நிறத்தை ஏற்று பளிங்கு கல்லில்
நீராய் நிற்காமல் சொட்டும் கண்ணீ ர் காட்டி தரும்
அவனில்லாததால் அழுகிறேனென்று
எதிர் பார்த்து காத்திருந்தேன்
ஏனின்னும் எவரையும் காணவில்லை
காணாமல் தவிப்பது காதலா அன்பா
எதுவுமில்லை எதிர்பார்ப்பு .!

இசையென்றால் இசைத்தேன்,
கூடவே அவளும் இசைத்தாள்,
இசையை மௌனமாய் ரசித்தாள்
இரவு முடிந்ததும் இவ்வளவு தானா என்கிறாள் !
இசையும் நின்றது இசைக்கும் பறையும் நின்றது.
இடையொடிந்து என்னவள் - இருப்பதை கண்டேன்
அனிச்சம் மலரை !! அவள்
அடிக்காம்பை ஒடிக்காமல் அப்படியே சூடி கொண்டதால்
அவளிடையும் - ஒடிந்து போனதோ,.

8. இன்பத்தின் தேவதை

இழைந்தோடும் மலர்ந்த மலர்களும்
காற்றில் தழுவலில் தளர்ந்து விடும்
சமுத்திர குளியலை சந்திரன் முடித்து
எழுந்து வரும் இன்பமான மாலையே நீ
அவளில்லாததால் !
உயிர் குடிக்கும் நோயின் மாலையாய் வருகிறாய்

இழந்தது இழந்தது தான்
இனி ஏதும் வராது
வந்தாலும் அது போல் ஆகாது
ஆறுதல் தேடி அலையும் இதயங்களே
அமைதி கொள் !
தேடிய நிம்மதி திரும்ப வரும்
ஒரு தேவதை வருவாள்

இழுத்து அணைத்து
இன்பமாய்
இளையவளை தழுவும்
போதெல்லாம்
தளிர்க்கும் இன்பம் புதிதாய் துளிர்க்கும்
புதுமையாய் தொடும் போதெல்லாம்
துளிர்பதால் இவள்
அமிழ்தத்தில் செய்ய பட்டிருப்பாளோ

அதனால்
தொட தொட துலங்கி தூண்டுகிறதோ இன்பம்
நான் போகும் பாதை எல்லாம்
இரைத்துக் கொண்டே செல்கிறேன்
உனது பெயரை நட்டு வைத்து செல்கிறேன்
நம் காதலையெல்லாம்
திரும்பி வரும்போது திணராமல் வந்துவிடுவேன்

இரத்த ஓட்டமும்
இதயத்துடிப்பும்..
சீராகிறது என்னுடன் நீ "
இருக்குபோதெல்லாம்

இரவில் கனவுகள் கூட
இப்போதெல்லாம் வருவதில்லை
எனக்கு போக்கு காட்டி
என் கனவில் வந்த உன்னோடு
சென்றுவிட்டதோ?

இதயத்தின் துடிப்பு கேட்பதே இல்லை
இதயமாய் நீயே இருப்பதால்
இதயதுடிப்பே நீதான்
துடிக்காமல் இருப்பதில்லை
எனக்காக என்றவுடன்
என் பெயரை கேட்டதும்
இரு மடங்கு துடிக்கிறாய்

காணாமல் அலைகிறாயே
கண்டுவிட துடிக்கிறாயே ஆலாய் பறக்கிறாய்
அவ்வளவு காதலா
தேடிபோகும் நெஞ்சே
காண துடிக்கும் கண்களையும் கொண்டு போ!!
இல்லாவிட்டால் தின்றே தீர்க்கும்
என்னை உயிரோடு

காணாமல் தேடி களைத்து
இளைத்த கண்கள் நினைத்து
உறங்க நினைத்தபடி
உறங்க அவள் வருவாள்
கனவில் அழகாய் ஆனந்தமாய்
சிரித்து காணாமல் போனவளை
கண்டதும் களைப்பாரும்
கனவென்பதால் சொல்வேன்
இன்னமும் உயிரோடு இருக்கிறேனென்று

காணதவளை காண நோகிறாய்
நாடாதவளை நீ நாடி போகிறாய்
தேடாதவளை தேடும் நெஞ்சே
இரக்கமின்றி இந்நோயை
தந்தவளுக்கு நீ மட்டும் இரங்கி
அவளை நினைத்து என்ன பயன்
அவளோ இரக்கமில்லாதவள்

காணும் உலகத்தை காட்டும் என்கண்ணே

அவளை கண்டதும்

வெட்கப்படும்கண்ணே

கண்ணாலே மொழி பேசும்காதலை

தொடங்கினால் மகிழும் கண்ணே

காதலை தொலைத்தாலும்

அழுகின்ற கண்ணே

ஒளிபொருந்தியகண்மணியே நீ சென்றுவிடு

என்னவள் என் கண்ணில் அமர

இடமில்லாமல் தவிக்கிறாள் –

காற்றுக்கும் எனக்கும் போட்டி

கூந்தலை தழுவது காற்றா நானா

உன்னை கண்டதும் என்னை மறந்தேன்

அதில் தான் காற்று வென்றதடி!

காதலில் பயணிக்க வேண்டாம் என் புல்லாங்குழலில்

இசையில் நீயும் உன் புதுக்கவிதையில்

நானும் கலந்தே 'பயணிப்போம்

காதலில் தோல்வியுற்று

காமத்திலும் தோல்வியுற்று

வேள்வி போல் வாழ்வை |

வேதனையில் நகர்த்தி வாழும் மனிதன்

உடலெல்லாம் சாம்பல் பூசி '
ஊரார் அறிய உன் பெயரை உச்சரித்து
ஊர்வலமாய் ஊரை சுற்றி வருவேன்
அதற்கும் இல்லையெனில்
உயிரை மாய்ப்பேன் உனக்காக !

காதலின் இன்பம் காண வேண்டுமாயின்
ஒருவரை ஒருவர் புரிந்து நடந்து
பிரிவினை இல்லாது கண்டு பேசி மகிழ்ந்து
அன்பிலே திளைப்பது
வானின் மழையும் தேவைக்கு ஏற்ப
பருவத்தில் பெய்தது போலவே
பெரும்பயன் ஆகும் !

காதலின் பிரிவில்
காமத்தின் அழுத்தம்
துன்பத்திலும் துன்பமாய்
துரத்தி எடுக்கிறது
சொல்லவும் முடியாமல்
நாணம் தடுக்கிறது ஒருபக்கம்
பிரிவும் ஒருபக்கம்
காமமும் காவடி தண்டாய் தொங்குகிறதே

காதலோடு சேர்ந்த காமத்தின் இன்பம்
கடல் போல் பெரிது
காமத்தோடு சேர்ந்த காதலின் துன்பம்

கடலை விட பெரிது
பிரிவின் துன்பம்
கடல் போல் பெரிது
பிரிந்த பின்னும் காதலோடு
காமத்தை நினைத்தே இருத்தல்
கடலை விட பெரிது !

கண்ணனாக இருந்தாலும் '
மன்னனாக இருந்தாலும்
காதலுக்காக பெண்ணின்
பின்னால்தான் இருக்கவேண்டும்.

கன்னத்தை தடவிய
மயிலிறகை மன்னவன் தந்தானாம்
மன்னவன் தந்ததால் மயிலிறகே
பெற்றதே பெரும் சிறப்பு
பொத்தி பொத்தி வைத்தாளாம்
புத்தகத்தில் மயிலறகை பார்க்கும் போது
எல்லாம் மன்னவனின் நினைவலைகள்

கண்டதும் காதல் வரும்
நினைத்தாலே இன்பம் தரும்
நினைத்தாலே போதை தரும்
நிஜமான காதலின்
காமத்தில் கள்ளுண்ணதான் போதை வரும்
கண்ணால் கண்டாலே போதை வரும் காதல் !

கொசுவைப்போல் ஏழு நாட்களே வாழ்ந்தாலும்
என்னுடன் நீ வாழவேண்டும்
ஈயைப்போல் இருபத்தெட்டு நாட்களே நாம் வாழ்ந்தாலும்
ஒருவர் மடியில் ஒருவராய் உயிரை ஒன்றாகவே துறக்க வேண்டும்.

கருப்பு வானவில்லை கண்டதில்லை
வானில் இப்போது காண்கிறேன்
உன் புருவத்தில் வானத்தில் வானவில் வரும்
நிலாவில் வருமா வந்திருக்கிறது உன் முக நிலவில்
கடவுளே உன் முகத்தை பார்த்து தான் ....
நிலவையே செய்திருப்பானோ தெரியவில்லை!

நேரத்தையும் நிறுத்தி வைக்கும்
சக்தி எனக்கிருந்தால்
என் பக்கத்தில் அமர்ந்து நீ
கவிதை படிக்கும் வரை
கண்டு ரசிக்கும் வரை
உலகத்தையே நிறுத்தி வைப்பேன்
உனக்காக!

கடலினும் பெரிதான காதல் நோயை
கண்ணினால் கொண்டு வந்து தீராத காமநோயை
எனக்கு தந்துவிட்டு தூங்கவும் விடாமல்
அவைகளும்தூங்காமல்
துன்பத்தில் கிடந்து துவளுகின்றன
கடன்காரன் போல் காத்திருக்கிறேன்

காதலில் வாங்கிய கண்மூடித்தனமான
அன்பின் கடனை அடைப்பதற்கு,
வட்டி எவ்வளவென்றால்
கேட்டு சொல்கிறேன் என்கிறாய்

குருவை காணாமல் படித்த ஏகலைவன் போல்
அவளை நானும் என்னை அவளும்
காணாமலே -பாடம் சொல்கிறாள்
நானும் கற்றுக் கொள்கிறேன் !

மாலையில் சோலையில்
இருவரி கவிதையில்
மயங்கி இருந்தோம்
கூடினோம் கொஞ்சினோம்
தும்மினேன் அவளும் வாழ்த்தினாள்
மறுபடியும் தும்மினேன் நிமிர்ந்தாள்
நினைப்பவள் நானிருக்க
உனை நினைப்பது யாரென
உலுக்கியெடுத்தாள் !

மென்மையினும் மென்மையானஅனிச்சமலரும்
அன்னதின் இறகும்,ஆடும் மயிலின் தோகையும்
என்னவளின் பாதத்திற்கு,நெருஞ்சிமுள்ளாய் தைக்குமே
இளையவள் பாதம் இன்னலுறுமே
மழையாடும் வானவில்லோ
ராமர் உடைத்த கோதண்டமோ

சிவனேந்தும் பினாகமோ
திருமாலின் சாரங்கமோ
அர்ச்சுனனின் காண்டீபமோ
எந்த வில்லிலும் இல்லாத
வேகமடி உன் கண்களின் புருவங்கள் !!!

மலரினும் மெல்லிய மங்கையென் காதலி
அனிச்சம் போல் முகர்ந்தாலே குழைவாள்
அவள் மடியும் தோளும் மயக்கும் தேன் சோலை
அவள் தோளில் சாய்ந்து - உறங்குவதைவிட
உலகம் ஒன்றும் பெரியபிரமாதமில்லை

மலர் கண்ணாள் மாக்கொழுந்து உடலாள் -
செம் மாணிக்கநிறத்தாள்
இருந்தாலும்
அவளை தூற்றியே
என் மனதில் ஏற்றியது காதலை -
என்னவளை தெரிந்து கொள்ள
எனக்குதவி செய்ததே எங்கள் காதல் வளரவே !

மரம் நிழல் தரும் நிழல்
அமைதியோ நிம்மதி தரும்
நிம்மதியோ மகிழ்ச்சி தரும்
மகிழ்ச்சியோ உன்னை தந்தது

மறைந்திருந்த
காதலையும் காமத்தையும்
மரம்போல் வளர்த்தார்கள் தூற்றுதலே நல்
எருவாகவும் அன்னையின் கடுஞ்சொல்லே
நல்ல நீராகவும் ஊற்றி வளர்த்தார்கள்
உண்மையில் உயர்வாய் வளர்ந்தது
எங்கள் காதல் !

மறைப்பேன் மறைக்க நினைப்பேன்
மறைத்து கொண்டே இருப்பேன்
துணி போட்டு மறைத்தால் என்ன தும்மல் நிற்குமா
அதுபோலவே காமமும் என்னையும் மீறி வெளிப்படுகிறது ...

மது குடிக்க மயக்கம் வரும்
மங்கையவள் கண்களில்
கண்டாலே மயக்கம் வரும்
கள் குடிக்க போதை வரும் -
காதலென்று சொன்னாலே போதைவரும்,

முதல் நாள் உரையாடலில்
முழுமையாக பேசவில்லை
முழுமையாக பார்க்கவில்லை
வார்த்தைகள் முடிவு பெறாமல்
துண்டு துண்டாக துள்ளியது
என்ன பேசுவதென்றே தெரியாமல்
எண்ணம் ஏற்றம் இறைத்தது

உன் பெயரை கேட்டு
என் பெயரை சொல்லவே
பெரும்பாடாகிவிட்டது
இன்றும் ஏங்குகிறது மனம்
அந்த முதல் நாளை நினைத்து !

முத்து பல்வரிசை மூங்கில் போல் தோள்கள்
கார் குழல் - மேனி இளந்தளிர் மாந்துளிர் வண்ணம்
மனங்கவர்ந்து என்னை மயக்கமூட்டும் நறுமணம்
மையெழுதியவேல் போன்ற விழிகள்
அவள் இள மார்பில் தாமரை மொட்டுகள்
இவையன்றோ என் காதலியின் அம்சங்கள் !!!

முத்து பல்வரிசை மூங்கில் போல் தோள்கள்

நாகம்போல் பிண்ணி கிடந்தோம்
மேகம் போல் தழுவி கிடந்தோம்
காதலின் மிகுதியால்
காமத்தின் உச்சத்தால்
இப்பிறவியில் பிரியமாட்டோம்
என்றேன் பிரித்தாள் கை தளர்ந்தாள்
அடுத்த பிறவியில் பிரிந்து விடுவீரா ? என்று அழுதாள் !

அவள் இரு - கண்ணிலும் நீரோட
பேசாத பொழுதெல்லாம் நான் பேசிகொண்டிருக்கிறேன்
தனிமையில் நாங்கள் சந்தித்த பாறைகளிடமும்
பார்த்து சலித்த பூச்செடிகளிடமும்
புற்களும் ஏளனமாய் பார்கிறது

எங்கே அவள் என்பது போல்
தும்பிகள் கூட வருவதில்லை
அவளின் கூந்தலின் நறுமணம் இல்லாததால்
வண்ணத்துப்பூச்சிகள் வழியிலேயே
சென்றுவிடுகிறது அவள் வரவில்லையென்று
நான் பின்நோக்க முன் சிரிப்பாள்
யாரோபோல் முன் நடப்பாள்
மனதிற்குள் ஆசையை வைத்து -
அச்சிரிப்பில் கன்னத்தின் குழியும் பின்னே தெரியும்
அச்சிரிப்பில் அவள் எவ்வளவு அழகாய் !

நானும் அவளும், அவளும் நானும்
உயிரும் உடலும், உடலும் உயிரும்
அணிகலன்கள் -ஆயிரம் பூட்டி
அவ்விதழில் தேன் கலந்து சேரும்போது
உயிரே சேர்ந்ததாய் உணர்கிறேன்
அவளே என்னை பிரியும் போது
என்னுயிரே பிரிவதாய் எனக்குள் தோணுதடி !

நேரிலும் வராமல் நெருங்கவும் விடாமல்
ஏனோ வதைக்கிறாள்
என்னவள் மனதில் என்ன நினைக்கிறாள்
நேரில் வந்து அன்புகாட்டாதகாதலி
கனவிலாவது வந்து இன்பம் தருகிறாள்
கனவுக்கே பெருமை காதலியுடன் வருவதால்

நெஞ்சே நீ உண்ணாமல்
உறங்காமல் ஊரெல்லாம் அலைகிறாய்
தின்னாமல் அலைவது தீதென்று தெரியாதா
என்னிடம் சொல்லாமல் எங்கு செல்கிறாய்
காதலிக்கும் அவள் உன்னுள்ளே உறைகிறாள்
உணராத நெஞ்சே ஊர் ஊராக அலைகிறாய்
உணர்ந்துதான் காதல் உணர்ச்சிகாக அல்ல காதல் !

நீ என்னுடன் இல்லாத போது
சிந்தனையும் கற்பனையும் சிறகடித்து பறக்கிறது க
விதை எழுதினால் கூட அது காவியமாகிவிடுகிறது
என்னெதிரில் நீ இருந்தால்
எழுத்துக்களும் நர்த்தனம் ஆடுகிறது
நாவும் குழறியே உறைந்தும் போகிறது
வார்த்தைகள் வராமல் உடைந்தும் போகிறது !

நிலா உலா வரும் நேரம் நீ கண்டிப்பாக ஒளிந்துக்கொள்
கட்டி அணைப்பதை கண்டால்
கண்டிப்பாக பொறாமை கொள்வாள்
காரணம் நீ இல்லாத போது
நிலவோடுதான் பேசிக்கொண்டிருப்பேன்
முத்தம் கூட கேட்டிருக்கிறேன்
அவள் முகம் மறைத்து கொள்வாள்
வெண்மேகத்தில் உன்னை போலவே !

நீ உறங்க போனாய்
உன் நினைவுகளை கூட்டி செல்லாமல்
உன் நினைவுகள் நீ செய்வதைவிட
அதிகமாய் செய்கிறது இதுபோல் !!

நீயோ வாய்ப்பு கேட்கிறாய்
வாய்ப்பெல்லாம் வேண்டாம்
வார்த்தையால் ஒருமுறை ஒரே முறை
உம் என்று சொல்
உனக்காக ஒருமுறை இறந்து காட்டுகிறேன் !

உன்னை எவ்வளவு பிடிக்கும் என்று
வார்த்தைகளால் சொல்ல தெரியவில்லை....
ஒரு முறை வாய்ப்பு கொடு...
உன்னோடு வாழ்ந்து என் காதலை
உனக்கு நிரூபித்துக் காட்டுகிறேன்..
ஒரே ஒரு வாய்ப்புக் கொடு....

நிழலிருப்பதை மறந்து போனேன் நிஜமாகவே!
நீ என் நிழலாய் இருப்பதால்

நினைவுகளைநிரந்தரமாக்கியே '
மறக்காமல் ,மறக்கவும் முடியாமல்
நினைத்து புழுங்கி நெஞ்சம் வேகுதே

பிரிவு வாட்டுதே நெருப்பாய் சுடுகிறதே
உன் நினைவுகள் நினைக்காமல் மறந்தால்
என்ன ஆகுமோ நிரந்தரமாக எரித்து விடுமோ !
'நம்பினேன் நாணத்தை நாடறிய கூடாதென
உள்ளடக்கியே வைத்தேன்
உள்ளுணர்வுகளை செல்லரிக்கபோகும் உடம்பு
ஏனோ ' புல்லரிக்க வைக்குது
காமம் வெளிப்பட மறைத்து வைத்த
நாணமெல்லாம் மண்ணாய் போனதே !

ஒற்றை கதவை திறந்து வைக்கின்றேன்
காற்று நுழையாமல் போனாலும்
உன் காதல் நுழையுமென்று --

ஒருவரது மடியில் ஒருவராய்
இருவரும் கிடந்தோம்
மர மல்லிமரங்களின் மலர்களும்
வெட்கத்தில் காம்பிடை தளர்ந்து விழுந்தது
எங்கள் மேல் பூங்காற்றும்
பூக்களை எடுக்க மனமின்றி தழுவியே சென்றது
கனவுலகில் விழுந்தோம்
நனைவில் கனவுலகில் வாழ்வதும்
பிரிந்தபின் கனவில் வாழ்வதும் இரண்டுமே இன்பமே !

ஒத்தை மலரை கண்டதும்
மயங்குகிறாயே மனமே
என்னவளின் கண்களை கண்டால்
எல்லோரும் மயங்குவாரே !
அவளின் கண்கள் எந்த மலரோ?

பேசி முடித்து விட முன்னால் நின்றால்
கண் பார்க்க
முடியாதென அவனை ஏறெடுத்து
பார்க்காமல் எட்டியே நின்றேன்
பாரடி பாரடி என்றது பாவி மனம்
பார்த்தேன் அவனும் பார்த்தான் காமத்தில்
தழுவினேன் ஊடலை விட்டு
பேசி பேசி களைப்போம் வா
பேசியதை நினைப்போம் வா
ஆசைகளை அடக்காமல்
அள்ளி அள்ளி தெளிப்போம்
நிலவும் காற்றும் நீ வந்தால்
வெட்கப்படும்
நிலவின் ஒளியும் காற்றும்
நெறுங்க முடியாத உன் நெருக்கத்தை பார்த்து

பொற்காசு வேண்டாம்,புன்னகை போதுமடி
வெள்ளி காசு வேண்டாம், வெகுளி சிரிப்பு போதுமடி
செப்பு காசு வேண்டாம் செவ்விதழ் சிரிப்பு போதுமடி
பறையடித்து சொல்லவேண்டாம்
மணியடித்து சொல்ல வேண்டாம்

ஏக்கத்தை என் கண்களும்
உடலின் இறக்கமுமே
ஊருக்கு காட்டி கொடுத்து விடும்
இவன் காதலின் ஏக்கத்தில் கருகுகிறானென்று

தாலாட்டு வேண்டாம்
தலையணை வேண்டாம்
நீதலை கோதி உன்மடியில்
தலைவைத்து படுத்தாலே போதும்
தூக்கம் தொடர் கதையாகும்.

தாமாகவே பாய்ந்து
தாமாகவே பார்த்து
தாமாகவே ரசித்து
தாமாகவே இன்பம் கொண்டது ஆனால்
அவளை காணாது
தாமாகவே அழுகிறது
தனியாகவே அழுகிறது
இருக்கும் போது ரசித்த கண்கள்
இன்று இல்லாதபோது
அழுவது எனக்கு சிரிப்பாக இருக்கிறது !

யுகம் யுகமாய் தேடினாலும்
உன்னைபோல் கிடைக்காது
இறைவனே செய்து எனக்கு
அனுப்பிய சிற்பமா ஓவியமா

செதுக்கிய சிலையா
இன்னிசையாய் பிறக்கும் உன் வார்த்தைகள்
இன்பமயமான சங்கநாதமாய் முழங்கும்
கண்களின் மின்னல் காந்தமாய் இழுக்கும்
இப்படி எல்லாம் நினைத்து ஏமாந்துபோனேன்
உன்னை போல் ஒருத்தி கிடைக்கவேமாட்டாள்
எந்த யுகத்திலும்!

தினமும் உன் நினைவில்
திரிகின்றேன் பைத்தியமாய்
தெருவிலுள்ள நாய் போல திரிகின்றேன்
தெரு தெருவாய்
கோயிலுக்கு போகாத நான் கோயிலிலேயே கிடக்கின்றேன்
கோதையே நீ வருவாயென்று
குளத்தையே பார்த்திருக்கிறேன்
தாமரையும் மலரும் உனை பார்த்தென்று ச
சந்தனமும் குங்குமமும் தவமிருக்கும் --
நீ தொட்டு தடவி வைப்பாயென்று
நான் மட்டும் தேடவில்லை நாயகியே
நான் தேடுவதை விட எல்லாம் தேடுகிறது !

உலகத்தையே போர்த்திய மேகம்
உன்னையும் என்னையும் மழையால் நனைக்காதா
மழையில் நனைந்த மலரை போல மலர்ந்தும்
துவண்டிருக்க மலரை கைகள் தழுவாதா!

உள்ளொன்று வைத்து
புறமொன்று பேசுவோர்
உறவு வேண்டாம் என்றார்கள்
ஆனால் நீ அதைத்தான் செய்கிறாய் -
எப்படி உன்னை வேண்டாம் என்று சொல்வது ?

உன் நினைவுகள்
சிறிய குழந்தைபோல்
தானும் தூங்காமல்
என்னையும் தூங்க விடாமல்
தொந்தரவு செய்கிறது அதை தூங்க வைக்க
உன் மடியின் தொட்டிலால் மட்டுமே முடியும்!

உன்னில் என்னை காண உள்ளம் ஏங்குதடி
தூங்காமல் இதயம் - தூரமாய் நிற்குதடி
பின்னும் கொடி போல் பின்னி இருக்குதடி
பெண்ணே நீ மறுத்தால் உள்ளம் இறக்குமடி !

உண்டாலும் தாக்குமோ வெப்பம்
அவள் நெஞ்சில் வாழ்கிறாளே
நிறைந்தவள் நெஞ்சில் இறங்கையில்
நெறுங்குமோ வெப்பம்
அதனால் உண்பதில்லை ஆகாரம் சூடாக,

உருகி களித்தேன் நீ உருக தவித்தேன்
நீர் உருக வைத்த நின் நினைவுகள்
நீ விட்டு சென்ற நெடு நேரமாகியும்
வியர்வைப்போல் உடம்பில் விடாமல் சுரக்குதடி

உடலின் கனலை தொட்டு பார்த்து சொல்
தொலைதூரத்தில் இருந்தாலும்
காணாமலேகனலை உருவாக்கும்
கவிதைக்கு என்ன சொல்ல போகிறாய்!

உடலும் உயிரும்
இணைந்தே இருப்பது போல்
உடல் அவளானால் உயிர் நானாவேன்
ஒன்றிருக்க ஒன்று
வாழாது இறந்தால் அழியுமே
இரண்டுமே வாழ்ந்தால் வாழுமே
இரண்டுமே அன்பின் ஆழம்
அதுமட்டுமே !

திறந்த புத்தகமாக இருந்தாலும்
வாசித்தால்தான் புரியும் அதேபோல்
என் மனத்தை நான் திறந்து வைத்தும்
நீ வாசிக்கவில்லை அதனால் தான்
எழுதியது எல்லாம் வெற்றிடமாய் !

வானை தேடும் பறவையாய்
மேகம் தேடும் மழையாய்
குளிர் தேடும் பனியாய்
மனம் தேடும் நிலவாய்
தேடுகிறேன் என்னவளை
ஏன் தேடுகிறேன் எனக்கே தெரியவில்லை
கவிதையில்லை காதலில்லை
கண்ணில் கண்டதும் இல்லை
ஆனால் மனதில் பதிந்து விட்டாள்
மறக்க முடியாத நட்பாய் உறவாடிய என்னவள் செல்லம்மா !

சீரில்லாமல் திரியும் மேகங்களை திரட்டி
இருளாக்கும் திரளானமாலையே
மங்கலாக இருக்கிறாயே
என்னவள்போல் உன்னவளும் கொடியவளோ
அவளை தேடி அலைகிறாயோ -

வேண்டும் என்ற நான் வேண்டாம் என்பதும்
வேண்டாம் என்கிற நீ வேண்டும் என்பதும்
வேண்டிய காதலுக்கு வேள்வி செய்வதும்
வேடிக்கையாக போனதடி உனக்கும்
வெல்லுவது நான் ஆனாலும் சொல்லுவது நீயாக வேண்டும்
செய்வது நான் ஆனாலும் வெல்வது நீயாக வேண்டும்

உலகின் ஏதோ ஒரு மூலையில்
யாரோ ஒருத்தி எனக்காக காத்திருக்கிறாள்
என்னையே நினைக்கிறாள்
அவள் நினைக்குபோதெல்லாம்
நிதானம் இழக்கிறது
தும்பலும் தொடர்ந்தே
வந்து தலையை தட்டும் போதெல்லாம்
தாய் சொல்லுகிறாள் யாரோ நினைக்கிறார்கள் என்று
அவள்தான் நினைக்கிறாள் என்பதை அறியாமல்

என் நாதம் நீ உன் இசை நான்
இருவரும் சேர்ந்தே .... பயணிப்போம்.
அனிச்சையாகவும் இன்னிசையாக... செயல்படலாம்
என்னுடன் இணைந்து கொள்
உன்னிச்சையும் –என்னிச்சையும்
தன்னிச்சையாக செயல்படும் !

காதலித்து பாருங்கள்
கழுதை கூட கண்ணுக்கு அழகாய் தெரியும்
சாமந்தி பூக்கள் கூட மணக்கும்
ரோஜாக்கள் மணிமகுடமாகும்
சூரியன் எதிரியாவான்
சந்திரனுக்கு காத்திருப்பீர்கள்
காரணம் என்ன வென்றால் காதலி கனவில் வருவாள்

நத்தைப்போல ஊர்ந்து போனாலும்
ஒட்டிக்கொண்டாலும் உன்னுள்ளே நான்
அடங்குவதையே அடையநினைக்கிறேன்
ஐம்புலனும் உன்னுள் அடக்க நினைக்கிறேன்
ஏக்கமான கண்களில் என்ன வைத்து இருக்கிறாய்
பார்த்ததும் காய்ந்து போனது என் இதழ்கள்...!

கருத்து இருந்தால்தான் கவிதைகள் பிறக்கும்
மனம் பிடித்து இருந்தால்தான் காதல் பிறக்கும்

கடன்காரன் போல் காத்திருக்கிறேன்
காதலில் வாங்கிய கண்மூடித்தனமான
அன்பின் கடனை அடைப்பதற்கு,
வட்டி எவ்வளவென்றால் கேட்டு சொல்கிறேன் என்கிறாய் ...

கொஞ்சினாலும் திகட்டாது
கெஞ்சினாலும் திகட்டாது
மிஞ்சினாலும் திகட்டாது
மின் மினியே மின்னலாய்
நீ பின்னலாய் தருகிறாய்
அள்ளிக்கொள்கிறேன் அன்பே உன் முத்தத்தை
எட்டி போகாதே தென்றலும் புயலாகும்
வசந்தமும் வாடிபோகும்
எண்ணப்படி அள்ளிக்கொடு எண்ணாமல் சொல்லி கொடு !

மந்திரமும் நீதானே தந்திரமும் நீதானே
எந்திரமாய் ஆட்டி வைக்க எங்குதான் கற்றாயோ
மழையின் துளிபோல் மனதில் விழுந்தாய்
சிப்பியில் விழுந்த முத்துப்போல்
என் மனதில் விழுந்தாய் நீயும் முத்தாக...

9. இதயத்து வீதியில்

வானத்து வீதியில் திசைக்கொரு விண்மீன்கள்
திக்குமுக்காடி திரிகின்றன
தினம் வரும் நிலவினும்
புதிதாய் ஒரு பொன்னிலவு
புதுமையாய்
என்னவளின் முகத்தை
நின்று பார்த்து எது நிலவென்று
தெரியாமல் திரிகிறது

அனிச்சத்திலும் மெல்லியவளாம் என்
இதய காதலி !
பார்க்காதது போல் பார்க்கிறாள்
பார்க்கும் போது பார்த்தால்-அவள்
பார்வை பாய்கிறது
மண்ணை நோக்கி
அவளும்
பார்க்காதது போல்
பார்க்கிறாள் நான்
பார்த்துவிட்டால்
உறைந்தே சிரிக்கிறாள்
உள்ளுக்குள்
உதட்டோர புன்னகையில்

ஆயிரமாயிரம் !
மலர்கள் மலர்ந்தாலும்
அதிசயவடிவில்
மலர்கள் மலர்ந்தாலும்,
மாமாங்கத்திற்கொரு
மலர்கள் மலர்ந்தாலும்,
மகாமகத்திற்கு ஒரு
மலர்கள் மலர்ந்தாலும்,
அனிச்சம் போல்
மெல்லிய மலரில்லை
அது போல் என்னவள் !

பெண்மையே
மென்மைதான்
மென்மை என்பதும்
உண்மைதான்
கண்களென்ன
ஆயுதமோ
மென்மையான
கண்ணும்- மென்று
தின்னுதடி உயிரை
உயிர் தின்னும்
உன் கண்களை
மென்மையென்று
ஏமாந்தேன்

கண்டதும் கண்கள் மகிழ்ந்தது !
நீ வரும் சத்தம் கேட்டதும் காதுகள் மகிழ்ந்தது!
நின்றதும் என் நெஞ்சம் மகிழ்ந்தது
உன் மூச்சு பட்டதும் உள்ளம் மலர்ந்தது
உன் தழுவலில் தடித்திருந்த தோள்கள்
நீ பிரிந்ததால்- எல்லாம் களையிழந்து
காட்டி கொடுக்கிறது அவள் பிரிந்தாலென்று

கண் காணும் இன கவர்ச்சியில் !
உண்மைகளை விட பொய்கள் தான்
அதிகமாக உலா வருகிறது
அதனால் தான்
உண்மை காதலும் சந்தேகமாய்

காற்றுக்கும் எனக்கும் போட்டி
உன் கூந்தலை தழுவது காற்றா நானா
உன்னை கண்டதும் என்னை மறந்தேன்
அதில் தான் காற்று வென்றதடி!

என்னவன் இனிமையானவள்!
கண் இமையில் வாழும் இன்பமானவள்
கண்ணிலே வாழ்பவள்
இமைத்தாலும் வருந்தாதவள்
இமைக்குள் வாழும் நுட்பமானவள்

உண்மைகாதலை ஊரார் தூற்றினாலும்
உண்மையில் அடக்க முடியாது
தூற்றும் காதல் வளருமேயன்றி அடங்காது
காதலை தூற்றுவது
நெய்யூற்றி எரியும் நெருப்பை அனைப்பது போல்

பேசி முடித்து விட என் முன்னால் நின்றாள்
கண் பார்க்க முடியாதென தெரியும்
அவளை ஏறெடுத்து
பார்க்காமல் எட்டியே நின்றேன்
பாரடா பாரடா என்றது பாவி மனம்
பார்த்தேன் அவளும் பார்த்தாள்
அது காமமாய் தெரிந்தது ஏன் ?

அன்பாய் இருப்பாள் இன்பம் தருவாள்
மாலை வேளையில் மயக்குவாள் மனதை
மையலிடுவாள் வளையிலின் ஓசையில்
பிரிந்தாள் இன்று- பித்தாகினேன்
செத்தாலும் போகாது அவள் நினைவு
துறவி போல் அலைகிறேன் எல்லாம்
தோற்றது போல் !

அன்பை கொடுப்பதில் அவளுக்கு
நான் கர்ணன் தான்
அன்பை வாங்குவதில் அவளிடம்
நான் பிச்சை எடுக்கிறேன்

அணு அணுவாய் கொல்லாதே உன் அழகில்
அடியோடு கொன்றுவிடு
அணுக்கள் கூட செயலற்று போகுதே
உன் அழகில் மயங்கி !!!

அணு அணுவாய் கொல்லாதே உன் அழகில்

விரதம் இருந்தால் கடவுள் கருணை செய்யுமாம்
அதனால் தான் காதல் விரதம் இருக்கிறேன்
நீ கருணை செய்வாயென்றே !

உன்னை பற்றி நானும் என்னை பற்றி நீயும்
ஒருநாளில் உணர முடியாது
நிலவிடம் நீ கேள்- தனிமையில்
நிலவிடம்தான் சொல்லுவேன்
நினைப்பதெல்லாம்
என்னை பிடிக்கும் என்று
நிலவிடம் சொல்லாதே நிலவு வருத்தப்படும்

உன்னை காதலிப்பதற்கு முன் காதல் கவிதை எழுதினேன்
என்னை நீ காதலித்து பிரிந்தபின்
உன்னை காதலித்து கவிதை எழுதுகிறேன் !

உள்ளத்தின் கொதிப்பு உன் அன்பில் உறங்கும்
அங்கத்தின் கொதிப்பு அன்பினால் தோற்க்கும்
எண்ணத்தின் கொதிப்பு எண்ணத்தால் அழிந்து விடும்
நெஞ்சத்து சேரல் மட்டுமே நெடுங்காலம் கூட வரும் !

உலகின் துயரமெல்லாம் உன் மார்பில் சாய்ந்தால்
உறு தெரியாமல் போகுமென்றால்
துயரங்களை வேண்மென்றே வேண்டுவேன்
உன் மார்பில் சாய்வதற்கே !

பஞ்ச பூதத்தில் எந்த பூதம் நீயடி
தண்ணீரா? பெரு நெருப்பா?
அருகில் இருந்தால் குளிர்கிறாய்
விலகி இருந்தால் சுடுகிறாய்
அணைத்தால் நெருப்பு அணைந்து
நீராய் வருகிறது உடம்பெல்லாம் !

பனியோடு கூடிய பசலை படரும் மாலையில்
அவளிருக்குபோது அஞ்சி நடுங்குமே அருகில் வர
தென்றலாய் தழுவும் தேவதை அவள் பிரிந்தவுடன்
மேனி கருத்து - இருள் கவிழ்ந்து
துன்பம் தருகிறதே என்ன சொல்வேன் இம் மாலைபொழுதை

உன்னை சந்திக்கும் வரை ஒன்றும் இல்லாமல்
அமைதியாய் இருந்தது
உன்னை சந்தித்தபின்
ஒரு நேரம் குழந்தைபோல் ஆகிவிடுகிறது
உன் மடியில் தவழ்ந்திடும் ஆசையில்
ஒரு நேரம் குரங்காகிவிடுகிறது
உன் மீது தாவி விளையாட
ஒரு நேரம் மலராகிவிடுகிறது
உன் கூந்தலை அலங்கரிக்க
ஆக மொத்தத்தில் மனிதனாக இல்லாமல்
ஆக்கிவிட்டாய் ஒரு பைத்தியகாரனாய்

சுழற்சி போல நிற்காமல் சுற்றுகிறேன்
உன்னையே நொடிமுள்ளாய்
தொடர்ந்து நிமிடமுள்ளான உன்னை
நீயோ நேரமுள்போல நின்றே சாதிக்கிறாய்!

நிலவுக்கு அழகே நின்னிடம் வாங்கியதாம்
இரவல் வாங்கியதால் தான் இரவில் வருகிறதாம் -

கானகத்து மானவள் துள்ளும் கண்ணவள்
விண்ணின் விண்மீனவள்
சீவிமுடித்தாள் சிறுநெற்றியில் - பொட்டிட்டாள் .
கண்ணில் 'மை' இடமாட்டாளாம் காரணம்
அதில் நானிருப்பதால்

10. கனாக்காலம்

அதோ அந்த கனாக்காலம்
நினைவுகள் நீந்தி செல்ல
இதன் பெயர்தான் காதலா ?
எனக்கு தெரியவில்லை
இனம்புரியாத ஒரு உணர்வு

பள்ளி பருவத்தில்
பழகிய போது தெரியாததால்
இனம்புரியாத உணர்வை
காதெலென்று நினைத்தேன்

படிக்கட்டில் விளையாடி
பக்கத்தில் விழுந்ததில்
பாவாடை கிழிந்ததை
பக்கத்தில் நடந்தே மறைத்த போது
மனதில் வந்தது நின்றதே
அதன் பெயர் தான் காதலா ?
பள்ளி சுற்றுலாவில்
பக்கத்தில் அமர்ந்து
பல மணிநேரம் பயணம்
தூங்கி விழுந்தாள் என்
தோள்மீது சுமைதாங்கி போல்
தூங்காமல் தாங்கினேன்
இதன் பெயர்தான் காதலா ?

பத்து நாட்கள் வரவில்லை
பதட்டமாயிருந்தது
பள்ளி விட்டு நின்றாளா
யாரைக் கேட்பது என்பது
புரியவில்லை எதற்கு
தேடுகிறேன் என்பதும்
தெரியவில்லை , ஆனாலும்
ஆசிரியைகள் அரசல் புரசலாய்
பேசியது என் காதில்
அரைகுறையாக விழுந்தது
ஆளாகி விட்டாளாம்.
அப்போது தோன்றியதே
அவளை பார்க்க
அதன் பெயர்தான் காதலா ?

பணிரெண்டு வருட பழக்கம்
பள்ளி வாழ்க்கை முடிந்தது
கல்லூரி வாழ்க்கையில்
கலைந்து போனது தொடர்பு
அவளோ மருத்துவம்
நானோ தொழில்நுட்பம்
காலங்கள் பறந்தது அவள்
நினைவுகள் மட்டுமே
நிரந்தரமாக இருந்தது
இதன் பெயர்தான் காதலா ?

இருவரும் சந்தித்தோம்

இனிமையான மாலையில்
அவளை கண்டதும் என்
கண்கள் கட்டுப்பாட்டை
இழந்தது ,என் மனமோ
போதையில் தள்ளாடியது
கைபிடித்து குலுக்கினாள்

கைகள் நடனமாடியது
கால்கள் தந்தியடித்தது
பற்களோ எச்சிலோடு சேர்ந்து
ஜலதரங்கம் வாசித்தது
பழைய நினைவுகள்
பறந்து வந்தது இது என்ன
இதன் பெயர்தான் காதலா ?

கைப்பிடித்து காதலிக்கலாமா என்றாள்
கலவரம்போல் ஆனது மனது
மகிழ்ச்சியும் சந்தோஷமும்
மல்லு கட்டியது மனதுக்குள்
ஆசையும் அலைமோதியது
பதில் சொல்வதற்குள்
பாதி உயிர் போனது போல்
ஒருவழியாக சம்மதம்
எதையும் யோசிக்காமல்
என்னை தேர்ந்தெடுத்தாளே
இதன் பெயர்தான் காதலா?

இருவரும் பேசினோம்
இருவரின் வீட்டிலும்

ஒரேவயது உதவாது என்றார்கள்
ஏற்றுக் கொள்வேன் என்றால்
இதன் பெயர்தான் காதல் !
மருத்துவமும் தொழில்நுட்பமும்
சேராது என்றார்கள்
மருத்துவத்தை நிறுத்திவிட்டு
தொழில் நுட்பத்தில்
சாப்பிடுவோம் என்றாள்
இதன் பெயர்தான் காதல் !

வசதிகள் இல்லை என்று
வாதாடி பார்த்தார்கள்
வாழ்க்கைக்கு
வசதி தேவையில்லை என்றாள்
இதன் பெயர்தான் காதல் !

அன்போ , நட்போ , காதலோ
அரங்கேற்றம் ஆனது
தம்பதியர் ஆனோம்
காதல் கரையேறியது
ஊர் சுற்றாமல், கட்டி பிடிக்காமல்
முத்தம் கொடுக்காமல்
உள்ளுக்குள் உணர்ந்த
உண்மையானது
இதன் பெயர்தான் காதல்!

நேரத்திற்கு சாப்பிடனும்
என்றவள் இன்றோ
நேரமே இல்லாமல்
காத்திருக்கிறாள் , எச்சில்
சாப்பாட்டுக்கு ஏங்கினாள்
இதன் பெயர்தான் காதல் !

என்னை மார்பில் சுமந்தவள்
என் கருவை வயிற்றில் சுமந்தாள்
உணர்வுகளையும் உணர்ச்சிகளையும்
ஒருசேர சுமந்தாளே
இதன் பெயர்தான் காதல் !
குழந்தைகள் வளர்ந்து
குடும்பமும் வளர்ந்து
உடலும் தளர்ந்து
உள்ளமும் தளர்ந்து
ஓய்வெடுக்கும் நேரத்தில்
மடியில் சாய்ந்தவள்
இதுவரை எதுவும் கேட்காதவள்
இன்று ஒன்றே ஒன்று கேட்டாள்
எனக்கு முன் அவள்
இறக்கவேண்டுமாம்
அழுது அள்ளி போட்டு விட
அவள் சுமங்கலியாய்
அடங்கிட வேண்டுமாம்
இதன் பெயர்தான் காதல் !!!!
காதலர் தினம்
எந்த காதலர்களுக்கு
மண் காதலர்கள்

மர காதலர்கள்
பறவை காதலர்கள்
இயற்கை காதலர்கள்
இதுபோல் எவ்வளவோ
காதலர்கள் இருந்தாலும்

இச்சையோடு கலந்த
இளமையில்
சதைபிண்டத்தின்
ஆசைக்கு
அங்கு இங்கு பார்த்து
ஆசையோடு கலந்து
உயிர் காதல்
உன்னத காதல்
நீயில்லாமல் நானில்லை
என்றெல்லாம் பொய் சொல்லி
புரண்டு படுத்து எழுந்த பின்
காதலென்பது காணாமல் போகும்
முந்தானை அவிழ்ந்ததும்
முழுவதும் தீர்ந்து போகும்
தீராத காம வியாதிக்கு
காதலெனும் புனித பெயரை
கண்டபடி நாசம் செய்து
அன்பிற்கினிய அழகான
அம்மா அப்பா காதல்
அக்கா தங்கை காதல்
அண்ணன் தம்பி காதல்
கல்வி யோடு காதல்
கைத்தொழிலோடு காதல்

ஆண் பெண் நட்பில்
அழகான காதல்
இவைகளுக்கு நாள் வையுங்கள்
இச்சை காதலுக்கு
இருப்பதை விட எதையும்
எதிர் பாராத அன்பின் காதலை
அனைவரும் கொண்டாடுவோம். !!!!

www.ingramcontent.com/pod-product-compliance
Lightning Source LLC
Chambersburg PA
CBHW061437160726

47995CB00003B/925